மேகத்தின் நிழலில் இளைப்பாறியவன்

ஜெகன்

Notion Press Media Pvt Ltd

No. 50, Chettiyar Agaram Main Road,
Vanagaram, Chennai, Tamil Nadu – 600 095

First Published by Notion Press 2021
Copyright © Jagan 2021
All Rights Reserved.

ISBN 979-8-88521-203-8

பொருளடக்கம்

முட்பாதைகளில்...

இந்த பூமி அனைவருக்கும் தான் வாழ்க்கை கொடுக்கிறது. ஆனால் அதை வாழ அனைவருக்கும் ஒரே பாதையை கொடுப்பதில்லை. ஒரு சிலருக்கு பூப்பாதை மறு சிலருக்கு கரடு முரடான கற்பாதை மற்றும் பலருக்கு முட்பாதை மட்டுமே. பூப்பாதையில் பூக்களை ரசிக்காமல் ஏதோ ஒன்றை நோக்கி ஓடிக்கொண்டிருக்கும் ஓட்டக்காரர்களுக்கும் முட்பாதையில் கீரல்களையும் தழும்புகளையும் தாங்கி கொண்டு பயணம் செய்யும் போராளிகளுக்கும் நிறையவே வேறுபாடுண்டு.

பாலைவன பூமியில் நீருக்காகவும் நிழலுக்காகவும் தவிக்கும் ஒரு உயிரைப் போல என் மனதின் கீரல்களையும் தழும்புகளையும் முட்பாதையில் நின்றுகொண்டு பூப்பாதையை ரசித்த ரசனைகளையும் கவிதையாக வெளிபடுத்த தவித்ததுண்டு. அந்த பாலைவனத்தை கடந்து செல்லும் மேகத்தின் நிழல்களில் சிலநொடி இளைப்பாறிக் கொண்டு தாகத்தையும் தவிப்புகளையும் தீர்த்து கொண்டவன் நான்.

சித்திரை வெயிலில் சிதைந்து கொண்டிருக்கும் போது என் பக்கம் கொஞ்சம் காற்று வீசினால் கொஞ்சம் கவிதைகளையும் கிறுக்கி கொள்கிறேன். அந்த கிறுக்கல்களுக்கு கவிதை என்று நானே பெயர் சூட்டிக் கொள்கிறேன்.

காதல், காமம் இந்த இரண்டிற்கும் வேறுபாடு தெரியாமல் தத்தளிக்கும் வாலிபர் கூட்டத்தில் ஏதோ ஓர் மூலையில் தான் நானும் நின்று கொண்டிருக்கிறேன். வேறுபாட்டை அறியும் முயற்சியில் தோல்வியை மட்டுமே சந்தித்து என் சந்தேகங்களை இங்கு கவிதையாக வழிய விட்டிருக்கிறேன். பெண்ணின் உடல் இந்த பிரபஞ்சத்தின் ஆகச்சிறந்த கலை படைப்பு என்பேன். பெண்ணின் மனது தீர்வு காண முடியாத சிக்கலான கணிதம் என்பேன். இந்த சிக்கலையும் தேடலையும் முன்வைத்து ஒவ்வொரு ஆணின் மனதிலும் காதல் பூ பூக்கத்தான் செய்கிறது. அந்த தேடல் முடியும் முன்பே சில காதல் கரையேறிவிடுகிறது. ஆனால் பல காதல் சாதியை முன்வைத்தும் மதத்தை முன்வைத்தும் கொலை செய்யப்படுகிறது. அப்படி ஒவ்வொரு காதலும் கொலை செய்யப்படும் போதும் ஒரு ஆண் தன் வாழ்வை மட்டுமே இழக்கிறான். ஆனால் ஒரு பெண்ணோ அடிமை தனத்தை ஏற்கிறாள்.

மனிதன் நாகரீகமடைய முற்பட்ட போது அவன் கூடவே சுமந்து வந்த ஒரு அழுக்கு தான் அடிமைத்தனம். சாதி, மதம், சமயம், நிறம், மொழி, இனமென்று பல கொள்கைகளை முன்வைத்து இப்போதுதது பரிணாம வளர்ச்சியையும் கண்டுவிட்டது. அந்த அடிமைகள் அடிமைதனத்தை உணராத போதும் ஒவ்வொருமுறையும் தாக்கப்படும் போதும் என் இதயத்தின் ஏதோ ஒரு முனையில் வலிகள் கண்ணீராய் வழிந்து ஒரு கண்ணீல் பிரதிபலிக்கிறது. மற்றொரு முனையில் தீப்பிழம்பாய் வழிந்து வேறொரு கண்ணீல் பிரதிபலிக்கிறது.

நான் இந்த உலகிற்கு உரக்க ஒன்றை கூறிக்கொள்ள விரும்புகிறேன். வீரியமுள்ள விதை மண்ணில் விழுந்தால் அதொருநாள் பூமியை பிளந்து கொண்டு வெளிவரத்தான் போகிறது. ஆணவத்தை முன்வைத்து அதிகார போதையில் நீங்கள் தூவிக்கொண்டிருப்பது அடிமைத்தனத்தை அல்ல வீரியமுள்ள விதைகளை.

ஜெகன்

பெண்ணில்லாது உலகேது?

கூண்டுக்கிளியே!

கூண்டுக்கிளியே!

குரலுயர்த்து கூண்டுக்கிளியே!

பறந்து செல்லும் பறவை நீ

பயம் அறியாய்

பாராளும் இனம் நீ

இகழ் அறியாய்

பாயும் வேங்கை நீ

வெக்கை அறியாய்

பல்லவன் செதுக்கிய சிற்பம் நீ

பாவம் அறியாய்

படுக்கை அறையில் பாயாகிறாய்

பாவலன் வரியில் கவியாகிறாய்

கணவன் மடியில் சேயாகிறாய்

அவன் பிணிகொண்ட போதுமட்டும் தாயாகிறாய்

காலம் மாறும் கண்ணே
கண்ணியம் மறவாதே
ஆணின் நயனம் தேறும் பெண்ணே
நம்பிக்கை இழக்காதே
வேற்றுமை அழியும் அழகே
தோல்வியை நீ ஏற்காதே
எதிர்காலம் உன்காலடி அமுதே
எதிர்மறை நீ பேசாதே

காற்றில்லாது உயிர்களேது?
கனவில்லாது காலமேது?
அமைதியில்லாது மௌனமேது?
அறிவில்லாது அழகேது?
மணமில்லாது மலரேது?
பெண்ணில்லாது உலகேது?

தனி மனிதச் சுதந்திரம்

ஏ! மனிதனே!
என்னதான் உன் பிரச்சனை?

சடைமயிர் தரித்து
முகமயிர் வழித்தேன்
அடிமையின் தோற்றம்
இதில் அழகில்லை என்றாய்

தலைமயிர் நறுக்கி
மீசைமயிர் முறுக்கினேன்
ஆண்டையின் தோற்றம்
இது அகம்பாவம் என்றாய்

முரட்டு தாடியும்
முறுக்கிய மீசையும்
அடையாளங்கள் ஆக்கினேன்
காட்டுவாசியின் தோற்றம்
இதில் கனிவில்லை என்றாய்

ஏ! மனிதனே!
என்னதான் உன் பிரச்சனை?

சாதிய சாக்கடையில்
என்னையும் பெருச்சாளியாக
மாற்ற முயற்சியா?

அய்யோ பாவம்,
ஆண்களுக்கே இந்த நிலைமை என்றால்!

பெண்களுக்கு?

குழந்தையின் நிர்வாணத்தில்
இருக்கும் அழகைக்கூட
ரசிக்க தெரியாத மூடர் கூட்டம்

பெண்களின் அறைகுறை
ஆடையில் இச்சைகளை
தேடத்தானே செய்யும்?

சாதிய விலங்கை கொன்று
அடிமை விலங்கை தகர்த்து
சுதந்திர வானில்
உரிமைச் சிறகை
விரியுங்கள்.

ஒரு மரம் இருந்தது

ஒரு ஊரில்

ஒத்தையடி பாதையின்

ஓரமாக ஒரு மரம் இருந்தது

கோடையிலும்

பூத்து குளிரும் மரம்

பூத்த வாடையில்

மனம் கவரும் மரம்

சித்திரை வெயிலில்

சிதைந்தவனுக்கும்

நீரின்றி நிலைகுலைந்து

நிற்பவனுக்கும்

நிதி கேட்காம

நிழல் தரும் மரம்

நிழல் மட்டுமா?

நிழல் மட்டுமா தரும்?

வேரிலிருந்து
இலையின் நுனி வரை
சுதந்திர அரசியல்
செய்யும் எறும்புகளுக்கும்

கிளைக்கு கிளை
பறவை கூட்டம்
'வேறு கிளைகள்' இல்லா
பறவை கூட்டம்
அந்த பறவை கூட்டத்திற்கும்
வாழ்விடம் தரும்
வெட்டருவா மீசையோட
பஞ்சாயித்தும் அங்குதான்
நடக்கும்

வெடலைப் பசங்க
காதல் சல்லாபமும்
அங்குதான் நடக்கும்

தலைமுறை தலைமுறையா
வாழ்ந்த மரம்
பல தலைமுறைகளை
வாழவைத்த மரம்

திட்டாம வாரி வழங்கிய மரத்த
திட்டம் போட்டு வெட்ட வருகுது
காக்கி சட்ட போட்ட காவலும்
கலர் சட்ட போட்ட கலெக்டரோட

ஒத்தையடி பாதைய
நூறடி பாதையாக மாத்த போறாக
பசுமைய அழிச்சி போடப்படும்
பசுமை வழிச்சாலைய திணிக்க போறாக

ஏலே சர்காரு!
நான் தான் எறும்பு பேசுற
எங்க குலசாமிய
வெட்டாதிங்கடே!

ஏலே சர்காரு!
நான் தான் குருவி பேசுற
எங்க குடும்பத்த
சிதைக்காதிங்கடே!

ஏலே ஏலே!
சார்காரு பயலுகலா!
நான் தான் மரம் பேசுறடே!

என்ன வெட்டதிங்கடே
உங்க பாட்ட பூட்டனுக்கெல்லாம்
உயிர் காற்றை தந்ததே நானுடே

என்ன நம்புன உசுருகளெல்லாம் துடிக்குதுடே
என்ன வெட்டாதிங்கடே விட்டுவிடுங்கடே

மதியிழந்த மானிட கூட்டமிது
குயில் செத்தா கேட்குமா?
குருவி செத்தா கேட்குமா?
மரம் கத்துனாதா கேட்குமா என்ன?

என் கனாவிலே தோன்றிய மரம்
கண்ணீரோடு கெஞ்சிய மரம்
கதற கதற கருவருக்கப்பட்ட மரம்

நம் அடுத்த தலைமுறை
கண்(நீர்) கூட இல்லாமல்
சாக வேண்டுமா?

கண்ணீரோடு எழுதுகிறேன்
கண்ணீரோடு சொல்கிறேன்

கண்ணீரோடு முடிந்த மரத்தின்
கதையை கண்ணீரோடு
முடிக்கிறேன்

ஒரு ஊரில் ஒரு மரம் இருந்தது.

தென்னை

தென்ன வச்சேன் - நான்
தென்ன வச்சேன்

பண்ணையில பத்தடி இடம் விட்டு
ரெண்டடி பள்ளம் தோண்டி - நான்
ரெண்டு தென்ன வச்சேன்

பக்குவமா பாத்தி கட்டி
பகலெல்லாம் தண்ணி காட்டி
ஆசையா தென்ன வச்சேன்

குனிஞ்சி நான் வெச்ச தென்ன
ஊர்பார்க்க வளந்து போன தென்ன
நிமிந்து என்ன பாக்க சொன்ன

உழுது வித்து வெதச்சி
செத்த உடம்போட உம்
மடியில உக்காந்தா
இளங்காற்றும் நீ தந்த
இளநீரும் நீ தந்த

பூமி காத்து வளந்த தென்ன
பூ பூத்து இருந்த தென்ன
புயல் காத்துல சாஞ்சதென்ன?

ஜெகன் ♦ 19

ஊர் கண்ணோ!
உறவு கண்ணோ!

பேய் கண்ணோ!
பிசாசு கண்ணோ!

கண்ணென வளர்த்த தென்ன
கண் காணாம போனதென்ன?

தென்ன வச்சேன் - நான்
தென்ன வச்சேன்
புயல் காத்துக்கு காணிக்கையா
நான் தென்ன வச்சேன்.

கவிமன்றம்

சிப்பிக்குள் முழுநிலவு முத்து
உருபெற்று இருக்கலாம்
சிலைக்குள் சிற்பியின் சொத்து
உழைப்பு இருக்கலாம்
கலைக்குள் கலைஞனின் நாத்து
வேரூன்றி இருக்கலாம்
வலைக்குள் இளைஞனின் வாழ்க்கை
தடம்மாறி இருக்கலாம்
இணைய வலைக்குள் இளைஞனின்
வாழ்க்கை தடம்மாறி இருக்கலாம்

புவியுலக வானில் நட்சத்திரங்கள்
வெட்கத்தாலே சிவந்து இருக்கும்
கவியுலக வானில் கவிச்சித்திரங்கள்
தீந்தமிழாலே சிவந்து இருக்கும்

தூரலில் துளிர்க்கும் புற்களும்
பச்சை நிறம் அடையும்
காதலில் துளிர்க்கும் கவிஞனின் மனமும்
பச்சை நிறம் அடையும்

உறையும் குளிரில் கனியும் குமளியும்

சிவந்த நிறம் அடையும்

உக்ர கவிபாடும் கவிஞனின் கண்களும்

சிவந்த நிறம் அடையும்

மஞ்சள் வெயில் மாலை காற்று

கவிக்குயில்களுக்கு சோலைவன கீற்று

இளங்காற்று இளஞ்சிவப்பு வானம்

இளம் கவிஞனின் சிந்தனையூத்து

ஊதா நிறப் பூக்கள்

ஊதும் புல்லாங்குழல்

ஊர்ந்து செல்லும் அவளது நினைவலைகள்

தேன் தமிழில் ஊரிய

முக்கனி கவிஞனுக்கு

அது அறுசுவை உணவு

கருநீல காரிகை

காற்றில் பறக்கும் தூரிகை

கடுங் காற்று சாரிகை

கள்ளமன கவிஞனின் கவிபேரிகை

அடடா! எத்தனை வர்ணங்கள்!

கவிதை வானில் கவிமன்றம்
நீலநிற வானுக்குள்
நீண்டதொரு வானவில்.

தனிமையில் வாடும் இலை

அந்த கடற்கரையோர
உப்புக்காற்று கொஞ்சம்
இனிமையாகவே
வீசிக்கொண்டிருந்தது

தூரம் தெரியாத ஏதோ
ஒர் தூரத்தில் நீல வானமும்
நீளக்கடலும் ஒன்றையொன்று
தொட்டு ஸ்பரிசங்களை
பரிமாறிக்கொண்டிருந்தது
ஆனால் அவள் மட்டும்
என்னருகில் இல்லை

கடற்கரையில் ஒருபாதி மனம்
கடலுக்குள் மறுபாதி மனம்

மணற்சிற்பமாய் மாறியிருக்கிறேன்
அலைகளே என்னை அழித்துவிடுங்கள்
இப்போதெல்லாம் கொலுசுகளுக்கு
கவிஞர்களை பிடிப்பதில்லை.

இந்த உறவின் பெயர் என்ன?

அன்று நான்
விளையாடி முடித்து விட்டு
வியர்வையில் குளித்திருந்தேன்

நீ உன் காதலனோடு
வார்த்தைகளால் ஒரு
கடிதம் பேசிக்கொண்டிருந்தாய்

அங்கு நான்
எதிரே வந்த போது
உன்னுடைய கண்கள்
என்னுடைய முரட்டு தாடியில்
முறுக்கு பிழிந்தது

அப்போது தெரியாது கண்ணே!
நீயும் என் அலுவலகத்தில்
பணிபுரியும் சக ஊழியரென்று

நீ வாயாடி
திரிந்த போதெல்லாம்

நான் உள்ளுக்குள்
ஊஞ்சலாடி ரசித்தேன்

அப்போது தோழமையெனும்
மற்றுமொரு ஹிரோசிமா
அணுகுண்டு அகத்தில்
வெடித்து சிதறியது

நீ வடித்த
சில கண்ணீர் துளிகளுக்கு
நானும் ஒரு காரணம்

மற்றவர்கள் உன்னை
மனதிலடித்து காயப்படுத்தினர்

நான் உன்னை
தலையிலடித்து காயப்படுத்தினேன்

மற்றவர் ஏற்படுத்திய
காயத்திற்கு நான்
உனக்கு மருந்திட
தவறியதில்லை

நான் ஏற்படுத்திய

காயத்திற்கு நீ

என்னை சபிக்க

மறந்ததில்லை

காலங்களும் கடந்தன

என்னுடைய நாட்குறிப்புகளும்

நிரம்பி வழிந்தன

கடந்து போன காலங்களில்,

அன்புக்காக சண்டை செய்தோம்

அன்புக்காக சபித்து கொண்டோம்

அன்புக்காக திமிரிக் கொண்டோம்

அன்புக்காக பகடிகள் பல செய்தோம்

அன்புக்காக இருவரும் சில

நாட்கள் பேசாமலிருந்தோம்

அனைத்தும் அன்புக்காக

தூய்மையான, சுத்தமான

உண்மையான அன்புக்காக மட்டும்

உனக்கு தெரியுமா கண்ணே!
உலக நாடுகளெல்லாம்
தங்களுக்கென சில
சிறப்புகளை கொண்டுள்ளன

நியுசிலாந்து நாட்டில்
காக்கைகள் இல்லையாம்

அயர்லாந்து நாட்டில்
பாம்புகள் இல்லையாம்

ஐஸ்லாந்து நாட்டில்
கொசுக்கள் இல்லையாம்

இவ்வளவு ஏன்
ஸ்பெயின் நாட்டு
தேசிய கீதத்தில்
வார்த்தைகளே இல்லையாம்

இந்த உலக நாடுகளுக்கெல்லாம்
இந்த கவிதையில்
நானும் ஒன்றை
கூறுகிறேன்

உன்னோடு எனக்குள்ள
இந்த உறவில் அசுத்தம்
என்றொன்றில்லை

உனக்கு ஞாபகமுள்ளதா
உறவே!

நான் உன்னை
தோழியென்றழைத்தேன்
நீ என்னை
சகோதரா என்றழைத்தாய்

நட்பும் சகோதரத்துவமும் எதிரெதிரே
மோதிக்கொண்ட அதிர்வில்

சூரிய குடும்பத்தின்
சுழலும் கோள்கள்
சுழற்சியை நிறுத்தி விட்டு
வேடிக்கை பார்த்தன
சுத்தமான நமதிந்த உறவை.

அந்த ஐந்து நிமிடங்கள்

உன் குரல் கேட்க
ஆவல் கொண்டு
அழைப்பு குரல்
நான் கொடுத்தேன்

தேனீக்கள் தேனெடுக்க
மலர்ந்த பூக்கள்
காத்திருப்பது போல
எனது ஆவலான அழைப்பை
நீ எடுப்பாயென்று
நான் காத்திருந்தேன்

அழைப்பு நிராகரிக்கப்பட்டது

நீ என்னை காரி உமிழ்ந்து
கண்ணத்தில் அடித்து
தொந்தரவென கடு கடுவென
பேசினாலும் பரவாயில்லை
பாதகமில்லை

அழைப்பு குரல் கொடுத்தேன்

இம்முறை
ஒருமுறை இருமுறை அல்ல
பள்ளத்தில் விழுந்த தவளை
போல பொறுமை காத்து
முயற்சி செய்தேன் பல முறை.

அனைத்தும் பகலை நிராகரிக்கும்
இருள் போல நிராகரிக்கப்பட்டது

கெஞ்சிய வார்த்தைகளோடு
குறுஞ்செய்திகள் பல அனுப்பினேன்
மறுமொழி கிடைக்காததலால்
கூனிக் குறுகி வெதும்பினேன்

குறுஞ்செய்தியில் குறுக்கு
வழிகள் பல முயற்சித்தேன்

கடைசியாக கையறுத்து
குருதி வழிய சாகிறேன்
என்று பொய்யுரைத்தேன்

தாய்க்கு நிகராக உன்னை
என் நெஞ்சில் சுமந்தேனே
என் மரணத்திற்காவது
மனம் மாறுவாயென

மறுமொழி கிடைக்குமென்று
ஐந்து நிமிடங்கள்
காத்திருந்தேன் தோழி
உனது குரல்
எனும் அமிழ்த
கானத்தை கேட்க

அந்த ஐந்து நிமிடங்கள்
தலைக்கு அணை கொடுத்து
விழிக்கு இருள் கொடுத்தேன்

அந்த இருளில்,

அவளை முதல் நாள்
கண்ட நினைவுகள்

அரைபிறை நிலவை

அவளிடம் கடன் பெற்று

வடிவமைத்தனரோ

என தோன்றவைக்கும்

பிறை நெற்றி

அவளது விழியின்

அழகுக்கு அழகு சேர்த்து

என்னை அசர

வைத்த புருவங்கள்

புருவங்களுக்கு மத்தியில்

உற்று நோக்கினால்

பிரபஞ்சத்தின் இருளையும்

காட்டும் சிறிய

கரும்புள்ளி பொட்டு

மங்கையர்க்கு அரசிகளையும்

மண்டியிட செய்யும்

மயிலிறகு விழிகள்

கண்மூடி பல்லால்
மெல்லிய கடி கடித்து
இழுக்கத் தூண்டும்
முக்கனி சாறு வழியும்
அவள் உதடு

முத்துக்கள் சிதறி
சிதறிய இடத்தில்
சேடல் பூக்களை
மலர வைக்கும்
பொன் சிரிப்பு

கேட்டவுடன் அவள் காலடியில்
மனதை மண்டியிட ஏங்க
வைக்கும் சலங்கை சப்தம்

அணு அணுவாக ரசித்தேன்
உன் பேச்சை

அணுவை துளைத்தும்
தேடிச் சென்று கேட்டேன்
உனது கீச்சை

மற்றுமொரு குறுஞ்செய்தி ஒலி
உனது அழைப்போ என்று
தட தடவென எடுக்க

அயல் நாட்டிற்கு செல்ல
ஐந்து விழுக்காடு தள்ளுபடி
என வங்கி செய்தி

மறுமொழி கிடைக்கவில்லை
நம்பிக்கை இழந்தேன்
அந்த ஐந்து நிமிடங்களும்
கடந்து அரை நாழி ஆகிவிட்டது

வலி எனும் தீ உலையில்
மூழ்கியது எனது உள்ளம்

வெறுப்பு எனும் நெருப்பில்
வெந்து நொந்து நிர்மூலமானது
எனது ஆவல்

சங்கடம் எனும் சகதியில் சிக்கி
சின்னாபின்னமானது உயிருள்ள
எனது சடலம்

அனைத்தையும் தாங்கிக்கொண்டு

அவைகளுக்கு மேலேயும் வலிகளை

அனுபவித்துக் கொண்டு அமைதி

எனும் அரைஞாண் கயிற்றில்

தூக்கிட்டு செத்தது என் உள்ளம்.

பட்டாம்பூச்சி தேவதை

இவனது புலம்பல்:

பட்டாம்பூச்சி தேவதை
பறந்து பறந்து வருகிறாள்
பாவாடை தாவணியில்
வளைந்து நெளிந்து கொல்கிறாள்

சுட்டும் விழியில் மையிட்டு திரிகிறாள்
மையல் கொண்ட என்னிதயத்தை
தையல் போட்டு வதைக்கிறாள்

ஏய்! பட்டாம்பூச்சி தேவதையே!

உன் விழி காணும்
கள்ள களிப்பில் நானும்
நிலவைத் திருடி குழைக்கிறேன்
குழைமம் பூசி மிளிர பார்க்கிறேன்

கண்ணும் கண்ணும் பார்த்துவோ
கண்மணி இரெண்டும்
அசையாமல் தோற்றதுவோ

நீரும் நெருப்பும் நெருங்கினவோ
தீரும் என்மன சண்டையென நினைத்ததுவோ

போர் கொடிகள்
மலர் கொடிகளாக
மாறினவோ

போர் களங்கள்
காதல் தளங்களாக
தழைத்தனவோ

உன் ஏவுகணை பார்வையில்
ஏழுகடல் தாண்டி நான்
பறக்கிறேன்; துடிக்கிறேன்;
மறக்கிறேன்; மரணிக்கிறேன்;
என்றெல்லாம் புலம்புகிறேன்

அடியே!
பட்டாம்பூச்சி பனிமலரே!
இன்னும் மௌனம் ஏனடி?
பாவலன் நான் புலம்புகிறேன் கேளடி!

அவளது மறுமொழி:

ஏய்! முறுக்கு மீசை முரடா!

வாயை கொஞ்சம் மூடடா
வாழ்வை நினைத்து பாரடா
வழக்கை மீறலா காதுடா

காதல் சல்லாபம் பேசத்தான்
உன்னோடு வாழ ஆசத்தான்.

ஆனால்!!!!

நானோ கோடி காசையும்
தூக்கி கொடுப்பவள்
நீயோ கோரப்பாயில்
துயிலெழுபவன்

என் மனம் விடுபட்டாலும்
என் குடும்பம் விடாது

நாங்க வேற சாதி ஆளுக
நீங்க வேற சாதி......

இவனது கோபம்:

நிறுத்தடி! உன் சாதி செருக்கை

பட்டாம்பூச்சிக்கே சாதி சாயமா?
பாருலகை தீயிட்டு கொளுத்துவேன்
என் பாவால் பாத்துக்கோ

முறுக்கு மீசை முளைக்கும்
முன்பே சாதி மயிர அறுத்தவண்டி

மல்லுக்கட்ட மறுப்பவன்னு நினைச்சியா?
தெருச்சண்டையா?
களச்சண்டையா?
களம் எங்க நடுக்காட்டுக்குள்ளையா?

வேலெறியவும் தயார்
வில்லேந்தவும் தயார்

மல்லுக்கட்டியும் உன்ன
மனம் முடிப்பேன்

மனச சாதி மத
சாக்கடையில் தள்ளாத
கொஞ்சம் பொறுத்திரு.

வாழத்தகாத சாதி

சாலையோர சந்துகளிலும்
குப்பைமேட்டு பொந்துகளிலும்
கோட்டை கட்டி வாழும் சாதி

மூசிப்போன அழுகிய
சோறுதான் அந்த
கோட்டைக்குள் இருக்கும்
மிக உயரிய உணவு

இவர்கள் உடுத்தும்
பட்டாடையை நெய்ய
காஞ்சிபுரம் தறிகள்
தேவையில்லை
கிழிந்த கந்தள்
துணிகளே போதும்

இவர்கள் கட்டும் கோட்டைக்கு
இராஜஸ்தானின் மார்பல்
கற்கள் தேவையில்லை

அலங்கரிக்கப்பட்ட
டைல்ஸ்கள் தேவையில்லை

ஆங்காங்கே நடக்கும்
அரசியல் கூட்டங்களில்
பேனர்களை திருடினாலே
போதும்

இந்த சாதிக்காரர்கள்
செய்யும் தொழிலிலும்
தொழில் செய்யும் இடத்திலும்
ஒரு விஷேசம் உண்டு

அந்த இடம் எப்போதும்
சுறுசுறுப்பாக இருக்கும்
இவர்கள் தொழில் செய்வதற்காக
மட்டும் அந்த இடம்
அறுபது விநாடிகள்
சுறுசுறுப்பை இழந்திருக்கும்

அந்த அறுபது விநாடிகள்
இவர்கள் பிச்சை எடுக்கும் போது
உயர்சாதி கழுதைகள் தங்கள்

கார் கண்ணாடிகளை
வேகமாக மூடிக்கொள்ளும்

அப்படி வேகமாக மூடப்பட்ட
கண்ணாடிகளில் தான்
இந்த சாதி அடிக்கடி
தன் முகத்தை பார்க்கும்

ஏ! உயர்சாதி குழந்தைகளா!
நீங்க,
பீட்சா சூடா இல்லைனா
வேற பீட்சா ஆர்டர்
போடுவீங்க இல்லையா?

இந்த சாதி குழந்தைங்க
ஒரு பிஸ்கட்ட பாதியா ஓடச்சி
பாதிய அவங்க வளக்குற
நாய்க்குட்டிக்கு கொடுப்பாங்க
மிச்சப்பாதி அவங்களுக்கு
ஒரு நாள் சாப்பாடு

அறம் தெரியாத
அரசியல் வாதிகளே!

உங்கள் சாதிப்பட்டியலில்
இவர்கள் ஏன் இல்லை?

வருணாசிரமம் வகுக்கபடும் போது
இவர்கள் இல்லையென்றதாலா?

தர்மம் தெரிந்த
ஊழல் தர்மம் தெரிந்த
அரசு ஊழியர்களே!

உங்கள் அரசாங்க ஏடுகளில்
இந்த சாதியையும்
சேர்த்துக் கொள்ளுங்கள்
நீங்கள் போடும்
இட ஒதுக்கீடு தர்மத்தை
இவர்களும் அனுபவிப்பதற்காக

ஏ! முறுக்கு மீசை பாரதியே!
இந்த ஜகத்தினை நீ
உடனே அழித்திடுவாயாக

தனியொரு மனிதனுக்கு
உணவில்லையெனில்
இந்த ஜகத்தினை அழித்திடுவோம்

என்று நீதானே
உளறிக்கொண்டிருந்தாய்
புளம்பிக் கொண்டிருந்தாய்

இங்கு ஒரு சமுதாயமே
உணவில்லாமல் உறங்கி
கொண்டுள்ளது

காலம் தெரியாத காலத்தில்
வாழ்ந்து மடிந்த வள்ளுவனே!

உழுதுண்டு வாழ்பவரை
பற்றி எழுதினாயே!
இப்படி உணவில்லாமல்
பொழுதை மட்டும் உண்டு
வாழும் மக்களை பற்றி
நீ ஏன் எழுதவில்லை?

ஏ! புகைப்பட கலைஞர்களே!
ஹீரோயினி இடுப்ப கவர்
பன்னது போதும்
இங்க சமைக்க அடுப்பு கூட
இல்லாம ஒரு கூட்டம் வாழுதே

உங்க இமேஞ் கேலரில
இவங்களுக்கும் கொஞ்சம்
இடம் கொடுங்கப்பா

நாளை எப்போதும் போல
சென்னையிலே வாகன
நெரிசல் கூடும்

நாளையாவது கார் ஏசியில்
பதப்படுத்தபடும் பிணங்கள்
கார் கண்ணாடிகளை
திறக்குமா? என்ற
ஏக்கத்தோடும் பரிதவிப்போடும்
தான் வளர்த்த
அழுக்கான நாய்குட்டியை
கட்டியனைத்துக் கொண்டே
அழுக்கான ஒரு சாதி
அமைதியாக உறங்க உள்ளது
இன்று இரவு.

நுரையீரல் எழுதிய கடிதம்

என் அன்பு நண்பனே!

நான் இங்கு
நலமில்லை

ஆதலால்
நீயும் அங்கு
நலமாக இருக்க
வாய்ப்பில்லை

நீ உன் நண்பர்களோடு
விளையாட்டாக
முதல் புகையை
உள்ளிழுக்கும் போதே
நான் உனக்கு
எச்சரிக்கை செய்தேன்

நீ உள்ளிழுப்பது
உனக்குதான் புகை
எனக்கோ அது பகை

என்னருமை நண்பனே!
என்னோடு சேர்ந்து
பகையை வெல்ல
நீ மறுப்பது ஏன்?

புகை பிடித்தல்
புற்றுநோயை உண்டாக்கும்
மது அருந்துதல்
உடல் நலத்திற்கு கேடு

என்ற வெட்டி
விளம்பரத்தை
நமக்கு முன்னாள்
காட்டிவிட்டு
நமக்கு பின்னாள்
சாராயம் காய்ச்சுவதும்
புகையிலையை உற்பத்தி
செய்வதும் இந்த
அரசியல்வாதிகள்தான்

இவர்கள் அரசாட்சியை
நிறுவியிருப்பது
மக்கள் வாழும் பூமியிலல்ல
மயான பூமியில்

இவர்கள் ஆட்சி செய்வது
மக்களை அல்ல
புகையாலே மாண்டுபோன
நடமாடும் பிணங்களை

என்னுயிர் சகாயனே!

நீ என்னுள்
அனுப்பிய புகையால்
தேங்கிய நிக்கோடினை
என் சுட்டு விரலால்
வழித்தெடுத்து எழுதுகிறேன்

இந்த எழுத்துகளை
ஏசுவை சிலுவையில்
அறைந்தது போல்
உன் உள்ளத்தில்
அறைந்து கொள்

இரண்டாம் உலகப்போரில்
காணாமல் போன
ஒரு லட்சம் இந்திய
வீரர்களை காட்டியும்

இந்த புகையால்
வருடாவருடம் காணாமல்
போகும் இந்தியர்களின்
எண்ணிக்கை அதிகம்

பீடி சுருட்டு
ஹீக்கா சிகரெட்
ஹெர்பல் சிகரெட்
மென்தால் சிகரெட்
கிரிடெக்ஸ் எனப்படும்
கிலௌ சிகரெட்

உயிரை எடுக்கும்
பகைவனுக்கு கூட
செயற்கை சுவையை
கொடுத்து சுவைத்து
பார்க்கும் முட்டாள்களை
மனித இனத்தில்
மட்டுமே பார்க்க முடியும்

இவைகள் போதாதென்று
இ-சிகரெட் வேறு உண்டு

உயிரை பறிக்கும்
எமனின் சாட்டை கூட
இங்கு நவீன மயமாகிவிட்டது

உன் சுவாசத்தை
சீர் செய்து
உன் ஆயுளை
காக்கும் நானோ
நலிவடைந்து விட்டேன்

உன்னுடைய அரசாங்கம்
வெட்டியாக செய்யும்
விளம்பரத்தை உனக்காக
உன்மேல் அக்கறை
கொண்டுள்ள நான்
ஒருமுறை செய்கிறேன்
மனதில் அழுத்திக் கொள்

"புகைபிடித்தல்
புற்றுநோயை
உண்டாக்கும்".

இப்படிக்கு,

நிக்கோடின் வழியும் கண்களோடு,

உனது நண்பன்,

நுரையீரல்.

மனமே நீ வாடாதே

மனமுருக நீதான் எந்தன்
உயிர் என்று காதல் செய்வார்
பிரச்சினை வந்த பின்னே எந்தன்
மயிர் என்று பிரிந்து செல்வார்

பிரிந்ததை நினைத்து
மனமே நீ வாடாதே
சென்றதை மீண்டும் தேடாதே

வாடி வாடி உருகினாலும்
தேடி தேடி சென்றாலும்
கோடி கோடி கொடுத்தாலும் - நம்மை
சாடி சாடித்தான் பிரிவார்

முன்னொன்று பேசி புகழ்வார்
பின்னொன்று பேசி இகழ்வார்
நீ பால்வார்த்த பாம்புக்கு
இரட்டை நாக்கு மறவாதே

உதவாத தண்டத்திற்க்கு உதவி
உன் பிண்டத்தை காக்க மறவாதே
நாம் உண்டது செரிக்கும் முன்
இந்த அண்டத்தை வணங்க தவறாதே

நம் உண்டிக்கு இயற்கையை மண்டியிட
வைத்தது இந்த அண்டம் ஆகையால்

போனது போகட்டும்
பொழுதுகள் கடக்கட்டும்
உறுதிகொள் உறுதிசெய்
நாளைய விடியல் நமதாகட்டும்

எல்லாம் தவறென்று எண்ணாதே
எண்ணமதை சீர் செய்
எண்ணிலடங்கா மகிழ்வும் நம் மனதில்.

சுகிக்கலாமா சுகமே?

பொன் நிலவே
பொன்னடையில் செல்லாயோ

பொற்கதிரே
பொன்சிரிப்பை காட்டாயோ

உன் அன்பைப் பெறத்தான்
உகந்து நானும் வாழ்ந்தேன்

உன் காதலை காணத்தான்
கனவில் நானும் வீழ்ந்தேன்

இரவின் போர்வையில்
இருகரம் கோர்த்து நடக்க

இருவிழி போதையில்
இமைதுடிப்பை நான் நிறுத்த
விண்மீனெல்லாம் வேடிக்கை காண
பௌர்ணமி நம்மை பரிகாசம் செய்ய

காதலின் சுகத்தில்
நானோ காகிதமானேன்

உன் உதட்டின் முத்தங்களை
அதில் எழுத்துக்களாக பதித்துவிடு

கண்ணே கருநிலவே
கருப்புதான் உன்னை கவர்ந்த நிறமோ

கயலே கனிவே
கருக்களிரின் மேல்
அம்பாரியில் அமர்ந்த அழகே

உன் காதல் அலைகள்
என் மனக்கரைகளை
உடைத்ததுவோ
உடைத்ததுவோ

தனிமையை காணத்தான்
என் தங்கத்தை நானும்
தாங்கி பறப்பேன்

மலை முகட்டில் அமர்ந்து
இருளுக்கு துணையாக
இருவரும் அன்பிற்கு பலியாக

உன் மடிமீது நான் சாய்வேன்
முத்தங்களை முத்தரையாக பதிப்பேன்

வானம் பார்த்து பொழுதை கழிப்போம்
வயிற்றுக்கு உணவாக அந்த
விண்மீனையே சமைப்போம்

விண்மீனை மட்டும் பங்குபோடு
முத்தத்தை மொத்தமாக நீயே கொடு
முத்தத்தின் சத்தத்தை
வெளியே விடு
மிச்சத்தின் அழகை ரசிக்க
என்னை உள்ளே விடு

இதயங்கள் இணையட்டும்
பொழுதுகள் விடியட்டும்
மொட்டுக்கள் மலரட்டும்

இருளில்,

சுகத்தை சுரண்டியது போதும்

கதிரவன் உதித்து விட்டான்

உதடுகளை சற்று உளர்த்தி விடுவோம்.

தாய்மை மிஞ்சுமோ தோழமை

ஆறாம் வகுப்பிலே
கிழிந்த அரைக்கால் சட்டையை
அரைஞாண் கயிற்றில் கட்டி
முதல் நாளில் முன்வரிசையில்
நான் அமர்ந்தேன்

நானம் கொண்ட நண்டாய்
உன்னை நோக்கினேன் துண்டாய்
பிளந்திருந்த எனிதயத்தை சென்டாய்
மலரவைத்த நரம் துளைத்து
நாடி நரம்பெல்லாம் உருகொண்ட
நீ தந்த நட்பு

கன மழையிலும் கரையாத சுட்ட
களிமண் போலுள்ள நம் நட்புக்கு
எட்டாம் வகுப்பு கடைசி கட்ட பென்ச்
ஒரு அடையாளம்

நாம் தட்டிய தாளமும்
அடிச்ச கூத்தும் அந்த கடைசி
கட்ட பென்சுக்கு தெரியும்

செய்ய மறந்த சிலுமிசமும்
செய்து முடித்த சேட்டைகளும் நம்
வகுப்பு கட்டழகு பெண்களுக்கு தெரியும்

அறிவுகெட்ட அறிவியல் வாத்தியாருக்கு
ஆறு மணி நேரம் வகுப்பு - அதில்
அடித்த அரட்டையில் அறை மணிநேரம்
முட்டிக்கால் போட்டோம் நினைவிருக்கா

அறை மணி நேரம் போக மிஞ்சிய
நேரம் பசுமையில் வாசம் வீசும்
வயக்காட்டில் நண்டு பிடிச்சோம்
நினைவிருக்கா

வட்டம் போட்டு குத்துவிட்டு விளையாடிய
பம்பராட்டத்தில் உன்னோட குஞ்சி மணி
பம்பரம் பலிகாடாச்சே நினைவிருக்கா

விண் இடிந்து மண்ணில் விழுந்தால்
நிலம் தான் தாங்குமா?
உன்னுள்ளம் இடிந்து துக்கத்தில் விழுந்தால்
என்னுள்ளம் தான் தாங்குமா?

என் மடி மீது நீ தூங்கிய நினைவுகள்
பூமி இருண்டாலும் தன்னொளி குறையாத
கதிரவன் போல் என்றும் ஒளிரும்
தோழா என் மனதில்

வலிபொறுத்து மூச்சடக்கி பூமியில்
முட்டித்தள்ளி உயிரக்கொடை
அளித்தால் அது தாய்மை

இருவேறு கருவில் உருவாகி
மனம் இணைந்து அன்புக்கொடை
அளித்தால் அது தோழமை

தாய்மை தாய்மை தான் தோழா
உனது தோழமை தாய்மையை மிஞ்சிடுமோ
என்ற அச்சத்தை ஏற்படுத்திவிட்டாயே
உன்னை விட ஆகச்சிறந்த தோழன்
இப்பிறவியில் வேறு ஏது எனக்கு?

காதல் செய் பெண்ணே

மனிதர்களை மற
படிக்கட்டடில் தடுக்கி விழு
துப்பட்டாவை தூரம் வீசியெறி
கண்ணத்தில் கை வை
உதட்டை பிதுக்கு
நாணம் கொள்
டெடி பியரின் தொப்பையில் முகம் புதை

தலையணைக்கு முத்தம் கொடு
லிப்ஸ்டிக் சாயத்தை அதில் பூசிவிடு
அம்மாவிடம் திட்டு வாங்கு

அடிக்கடி கண்ணாடியில் முகம் பார்
திடிரென்று சிரி

அவன் புகைப்படத்தை நெஞ்சுக்குள்
அழுத்தி கட்டிப்பிடி
மூச்சுக்காற்றுக்கு மூன்றுநாள்
விடுமுறை கொடு

காத்திருந்து காத்திருந்து
ஏமாற்றம் கொள்
'ஏமாற்றம்'
காதல் வந்த பின்னே இனிமைதானடி

ஏக்கங்களை நிச்சயமாக்கு
ஏகாந்தத்தை பரீட்சயமாக்கு

உடலை ஒரே இடத்தில் கிடத்து
இதயத்தை மட்டும் அடிக்கடி இடம்மாற்று

மழைத்துளிகளை சுவைத்துப்பார்
காய்ச்சல் வரும் கண்டுகொள்ளாதே
காதலனை இனிமையாக கடிந்து கொட்டு

அவனை நினைக்கும் போதெல்லாம்
அடிவயிற்றில் உருண்டை உருளும்
முனுமுனுத்துக் கொண்டே
அடிவயிற்றை கட்டிப்பிடி

சுட்டு விரலால் தலைமுடியைச் சுற்று
சுண்டு விரல் நகத்தை இரத்தம்
வடியும் வரை கடித்து துப்பு

வடியும் ஒரு சொட்டு குருதியில்
உன் காதலன் பெயரெழுத முயற்சி செய்

இரண்டு நாட்களுக்கு குளிக்காமல்
தலைவிரி கோலமாய் அலங்கோலமாகு

மூன்றாம் நாள் குளி
மனதை உறுதி செய்
பாவாடை தாவணி உடுத்து
மல்லிப்பூ சூடிக்கொள்

அவனெதிரே போய் நில்
அவன் கண்களை பார்த்து
அந்த மூன்று வார்த்தைகளை வீசிவிடு

நான்காம் நாள் நீ செய்த
இந்த பைத்தியக்கார செயல்களை
இனி அவன் ஏற்றுக்கொள்வான்.

தரமணி

மழைக்காலம் நெருங்கும் போதெல்லாம்
மணித்துளிகள் வீணாகும் போதெல்லாம்
மாவானம் இருள்சூழும் போதெல்லாம்

தனிமையை தத்தெடுத்துக் கொண்டு
தரமணிச் சாலைகளில்
சாலையோர தேநீரகத்தில்

தேன்துளி சுவைத்து வானில்
தேடிய நட்சத்திரங்களை

வண்டுகள் மொய்த்த
தரமணி பூக்களை

வாகணங்கள் மொய்த்த
தரமணிச் சாலைகளை

இன்னமும் இனிமையாய்
சுமந்து கொண்டு திரிகின்றன
என்னுடைய தூசு படிந்த
பழைய கவிதைகள்

பானிப்பூரியில் விழும் ஓட்டைப்போல்
அதில் தேங்கி நிற்கும் ரசத்தைப்போல்

என் வாழ்வில் விழுந்த
ஓட்டையில் தேங்கியதுவே

அந்த ஈரம் காயாத நூறடிச்
சாலைகளின் சாயல்கள்

சன்னலோரமாய்
பெய்த மழையாவும்
சாயங்காலம்
நான்பார்த்த வானம்யாவும்
அவள் சடைப்பின்னலில்
நான் ரசித்த பூக்கள் யாவும்

கடந்த காலத்தின்
கனிமையான துகள்களாய்

காய்ந்து உதிர்ந்த
இலைச் சருகுகளாய்

காணாமல் போகும்
அடுத்தவீட்டு மாடித்தோட்டத்தின்
ரோஜாக்களாய்

நிறைந்து விழி பிதுங்கி
நிற்கின்றன என்
நாட்குறிப்பின் சில பக்கங்களில்
ஆடைகளின்றி நிர்வாணமாய்
சில வார்த்தைகள்

மேற்கு கொஞ்சம் சிவக்கையில்
இரயில்வண்டி என்னை கடக்கையில்
வானம் பார்த்து சுகித்திருந்தேன்
என் கவிதைக்கு கருப்பொருள்
ஒன்றை கண்டிருந்தேன்

என்னை கட்டியணைத்து
உச்சி மோந்த தரமணி மழையே!

நீ! வா வா என்றழைக்க
குழந்தையாய் மாறி
தவழ்ந்தோடி வந்தேன்

கொஞ்சம் உப்பு நீரை
கண்ணில் கொட்டிக்கொண்டு
அழுவது போல் நடித்திருந்தேன்
உண்மையில் உள்ளம்
குளிர்ந்திருந்தேன்

சில முக்கிய அரசியல் குறிப்புகள்:

குடிநீரோடு கலக்கும் கழிவுநீர்
கழிவுநீரோடு கலக்கும் குடிநீர்

காலரா வந்து செத்தால்
மட்டுமே கண்டுகொள்ளப்படும்
இப்படிக்கு 'சென்னை கார்ப்ரேசன்'

கண்ட மூலையெல்லாம்
பான்பிராக் படிமங்கள்
வடவனின் வாய்வண்ணம்

காணாத மூலையெல்லாம்
நடை பிணங்களின் நடமாட்டம்
மறத்தமிழன் சாராய போதையில்

அனைத்து இனங்களுக்கும்
இடமளிக்கும் ஒற்றுமையின்
ஒளிவிளக்காய் சென்னை

அதில் சுடர்விட்டெரியும்
தீபமாய் தரமணி.

காரிகை பெண்ணவளோ?

மஞ்சள் முகமோ!
காரிகை பெண்ணோ!

முன் தினம் பார்த்து
முப்பொழுதும் வணங்கினேன்
பூவிலோ தேன் இல்லை
அவள் முகம் பார்த்து
ஏங்கி நின்றனதே தேனீக்கள்

பட்டாம்பூச்சி சிறகினையே
பாவடை தாவணியாக உடுத்தியவளோ?
காட்டு புயலாய் திரிந்த என்னை
கடிகார முள்ளாய் சுற்றவிட்ட
காரிகை பெண்ணவளோ?

கார் மேகம் சூழ்ந்தன
சிறிது சிறிதாக தூரல்
வலிமையான ஈரக் காற்றில்
சரசரவென அதிகமான சாரல்

ஈரக் காற்றில் இரும்பை உருக்கும்
அவள் காதல் வாசம்
துள்ளி ஓடும் மான்களோடு
என் மனம் போட்டியிட்டு செய்யும் சாகசம்

அவள் உதட்டின் சாயம் கண்டு
ஸ்ட்ராபெரி தனது ஆடை உதிர்த்து
நிர்வாணமாகி துறவறம் பூண்டதோ?

அவள் விழியோர கருமை கண்டு
கருமை தனது கரு இழந்து - மையாகி
மயானத்தில் உயிரை மாய்த்ததோ?

காரிகை பெண்ணும் அவள்தானோ?

திடீர் தேவதைகள்

அவள் முகத்தை நான்
முழுவதுமாகக்கூட பார்க்கவில்லை

அந்த கூட்ட நெரிசலில்
ஏதோ ஓர் ஈர்ப்பு தான் என்னை
அவள் பக்கம் திருப்பியது

அவள் நெற்றியில் இருந்த
கடல்குதிரை வடிவ
ஸ்டிக்கர் பொட்டும்
கருமையிட்ட விழிகளும்
காற்றில் நடனமாடிய
அந்த கருங்கூந்தலும்தான்
இன்னும் என் நெஞ்சில்
உயிர்ப்போடு ஊஞ்சலாடி
கொண்டுள்ளது

இன்னும் அரை மணி நேரத்துக்கு
இந்த இரயிலை விட்டு
அவள் இறங்க மாட்டாள்
இனி அந்த கண்கள்

உன் பார்வைக்கு சமர்ப்பனமென்று
குறத்தி மகளாய் மாறி
குறி சொல்லிவிட்டு சென்றது
அந்த மழையும்
அந்த மண்வாசனையும்

அவள் முழு முகம் காண
எக்கி எக்கி பார்கிறேன்
ஏக்கத்தில் நானோ
தவிக்கிறேன்

எங்கோ திரிந்த
அவள் விழியம்புகள்
என்னை நோக்கி பாய

அடி வயிற்றில் மின்னல்வெட்டி
அடி வானத்தில் கிழிந்தொரு
மேகப்பை

கூட்டத்தோடு கூட்டமாய்
திருவிழாவில் எழும்பும்
குரல் போல் காணாமல் போனவள்
இன்னும் வாழ்ந்து
கொண்டுதான் இருக்கிறள்

பூங்கொத்து தளிராய்
பூப்பெய்திய மரமாய்
சிறுவானி நீராய்
சிலிர்க்க வைக்கும் குளிராய்
என் கவிதைகளில்
வாழ்ந்து கொண்டுதான்
இருக்கிறார்கள் இந்த
திடீர் தேவதைகள்.

ஆலமர விழுதுகள்

அந்த ஓராண்டு காலம்...

எங்கோ பிறந்தோம்

எங்கோ வளர்ந்தோம்

நினைத்ததுண்டா!

தோழனே!

நட்பெனும் நாரில்

மூவரும் பூக்களாய்

கோர்க்கபடுவோமென்று

தலையணையாக மாறிய

நம் தொடைகள்

சுனை நீராக மாறிய

நம் சிரிப்புகள்

பணத்தை காகிதமாக

நினைத்த காலங்கள்

தினத்தை சல்லாபத்தால்

செய்த கோலங்கள்

விம்மி அழும் போது
கண் துடைத்த கைகள்
விண்மீன் இடிந்து விழுந்தாலும்
விட்டு கொடுக்காத துணிவுகள்

இரவு - பகல்
ஏற்றம் - இறக்கம்
மகிச்சி - இகழ்ச்சி
சுகம் - சூட்சமம்

ஒன்றாகவே கண்டோம்
ஒன்றாகவே அனுபவித்தோம்

பசிக்கும் போது கிட்டிய
பாவக்கா வத்தலாயினும்
பாகுபாடு இல்லாமல்
பங்கு போட்டோம்

நினைவிருக்கா!
தோழனே!

ஒரு தேநீர் குடுவையில்
மூன்று உதடுகளின் எச்சில்

ஒரு அலுமினிய தட்டில்
மூன்று கைகளால்
வெண்சோறில் போட்ட
வெண்கோலங்கள்

புல்லின் மேலுள்ள பனி
மறைந்து போகும்
தரையின் மேலுள்ள கதிரவன்
மறைந்து போகும்

ஆலமரமாய் வளர்ந்த நட்பு - அதில்
விழுதுகளாய் படர்ந்த நினைவுகள்

மரம் அழிந்தாலும்
விழுதுகள் வளரும்
விழுதுகள் அழிந்தாலும்
விதைகள் முளைக்கும்

முளைத்த விதையில்
மற்றுமொரு ஆலமரம் வளரும்

மற்றொரு நாரில்
புதிய பூவாக சேருவோம்.

ஆசையடா!

என் மடியில் உன்னை சாய்த்து
இமையோடு இமைகள் உரசி
உன் சுவாசத்தை என் மார்புக்கு
இடையில் பாய்ச்சிட ஆசையடா!

உள்ளமதை உன்னிடம்
கொடுத்து விட்டேன்
இனி என் உலகம் நீதான்டா!

கண்ணுள்ளார் காதலவராக கண்ணும்
என காதல் சொன்னது வள்ளுவனோ!
கண்ணுள் என்னுள் உன்னை வைத்து
உன் மனதை நானும் அள்ளுவனோ!.

பௌர்ணமி இரவு
நிலா வெளிச்சம்
கடற்கரை ஓரம்
கரம் கோர்த்த நடை

முகம் முழுவதும் புன்னகை
அகம் முழுவதும் காதல்
அள்ளி வீசும் உப்பு காத்து
அதோடு உன்னோடு
இனிமையான உரையாடல்

தன்னந்தனி பயனம்
பசுமை மலை முகடு
மங்கும் மாலை பொழுது - உன்
மடியோடு பெண்மை மலர்ந்த நான்

சிவந்த உன் உதடு
உதட்டை உரசும் புல்லாங்குழல்
அதை வாசிக்க நீ
ரசித்து மகிழ நான் - என்
உள்ளத்தை உரசிச் செல்லும் குழலிசை

மூன்றாவதாக காதலின் சுகத்தை
ரசிக்க நம்மை சூழ்ந்து கையேந்தி
பிச்சை கேளும் இயற்கை

கட்டிலிலே,

உனது ஆண்மைக்கும்

எனது பெண்மைக்கும் போட்டியிடலாம்

போட்டியிலே இருவரும் சேர்ந்து

உலகை நாமும் காதலால் வென்றிடலாம்

மனவறை தாண்டி

பிணவறையிலும் சேர்ந்தே

நம் காதல் கடக்க வேண்டுமடா!

முத்தம் ஒன்று தருவாயா?

நித்தமும் உன்னை நினைத்து நான் ஏங்க.

உன்னோடு ஒரு நாள்

முகநூல் வேண்டாம்
உன் முகம் பார்த்து விழிக்கும்
ஒரு பொழுது போதும்

புலனம் வேண்டாம்
உன் பொன்சிரிப்பில் புணர துடிக்கும்
இதயத்தின் ஒரு துடிப்பு போதும்

சுய உரு வேண்டாம்
நாமிருவரும் சேர்ந்து
ஒரு உரு தருவோம்
அந்த தமிழ் வேந்தன் போதும்

பங்குனி வெயில்
புங்கைமர நிழல்
உன்னோடு நான்
நம்மோடு மரம்

உன் தாவணியில் மறைத்த என் முகம்
என் கக்கத்தின் அடியில் நீ

உன் கூந்தலில் சிக்கி தவிக்கும் என் கரம்
என் மார்பை மசங்க வைக்கும் உன் சுவாசம்

மரத்தின் அடியில்,
நாகரிகமில்லாமல் ஒன்றையொன்று
முத்தமிட்டு வரிசையில் செல்லும் எறும்புகள்

உன் தாவணியை விலக்கி
நாகரிகமாக உன் உதட்டில்
இன்ப முத்தமிட்டு
நான் செய்யும் குறும்புகள்

காதலை உணர்ச்சிகளில்
இனிக்கும் கனி என்று உரைப்பதா?

அல்லது,

உள்ளத்தின் இறவா
பிணி என்று உரைப்பதா?

காதலை காமத்தின்
முடிவென்று உரைப்பதா?

அல்லது,

களிப்பின் தொடக்கமென்று உரைப்பதா?

உன்னோடு நான் பழகிய
ஒவ்வொரு நொடியும்
என் ஆவியை சிலிர்க்க
வைத்த குளிர் பனி கண்மணியே

நீ!
நீ!
என் கண்ணின் மணியே!

ஒரு செக்ஸ் கவிதை

அப்போது நான்
எட்டாம் வகுப்பு
படித்துக் கொண்டிருந்தேன்

எஃப் டிவி என்றால்
ஃபேசன் டிவியென்று
அன்று எனக்கிருந்த
அதிகபட்ச ஆங்கில
அறிவைக் கொண்டு
தெரிந்து கொண்டேன்

ஆனால் எஃப் டிவிக்கு
என் நண்பர்கள்
கொடுத்த பொருளோ
ஆபாச டிவி

இப்போதெல்லாம்
எஃப் டிவிக்கு பதிலாக
சில தமிழ் சினிமாக்களை
பார்க்கும் அளவிற்கு
நாங்கள் வளர்ந்துவிட்டோம்

இவ்வளவுயேன்
டிஸ்கவரி சேனல்கூட
எங்களுக்கு பழக்கமான
ஒன்றுதான்

ஒரு ஆண்
இம்பால மான்
பெண் இம்பாலா
மானோடு
சேர்ந்து இனப்பெருக்கம்
செய்து மான்குட்டியை
பெற்றெடுக்கும்

அந்த மான்குட்டியை
வேட்டையாட வந்த
சிறுத்தைக்கு தாய்
இம்பாலா மான்
பலியாகி

கழுத்து இறுக இறுக
உயிர் பிரிய பிரிய
ஈரமான பார்வையோடு

மான்குட்டி தப்பித்ததை
ரசித்த தாய் இம்பாலாவை
கண்ட போது
செக்ஸை பற்றிய ஒரு
புரிதல் உண்டானது

இச்சைக்காக உடலின் தேவைக்காக
மட்டுமே செக்ஸ் வைத்துகொண்டு
வேண்டா வெறுப்போடு
சிசுவை வயிற்றில் சுமந்து
அதை குப்பைத் தொட்டியிலும்
கார்ப்ரேசன் கழிவரையிலும்
வீசியெறிவதை தினந்தோரும்
தினச் செய்தியில்
வாசிக்கும் போதெல்லாம்

இச்சைக்கான
மனிதர்களின் செக்ஸைவிட
இம்பாலா மானின் செக்ஸ்
புனிதமானதென்பது
புரிந்துவிட்டது

இப்போது
செக்ஸை பற்றிய
புரிதலை கொடுத்தது
டிஸ்கவரி சேனல்தானே தவிர
எஃப் டிவியோ
சில தமிழ்
சினிமாக்களோ அல்ல.

சமூகப் பார்வை

வாலும் வேலும் சீறிப் பாயும்

மீளும் தினமும் புகழ்பாடி ஓயும்

காலும் கையும் சோர்ந்தே சாயும்

மொழிக்கு இன்னல்கண்டு செங்கதிரென எழும்

வதங்கிய வயிற்றுக்கு சோறு போடும்

வம்போடு வந்தா வெட்டிக்கூறு போடும்

வாழ்த்திய மனனத கைகூப்பி வணங்கும்

மொழி காக்க வீரசங்கை முழங்கும்

அன்பு எனும் சொல் எடுத்து

அழகு எனும் பொருள் கொடுத்து

அறிவு எனும் மணம் சேர்த்து

அமிழ்து எனும் பாமாலை தொடுக்கும்

ஆம்! ஆம்! ஒரு இனமுண்டு!

ஆம்! ஆம்! ஒரு சமூகமுண்டு!

ஆம்! ஆம்! ஒரு மொழியுண்டு!

பகையையும் நட்பாக்கும் அதற்கோர் பார்வையுண்டு

மொழிக்கு குருதிகொடை அளிக்கும் இனமடா

வாடிய பயிரை கண்டுவாடிய மனமடா

வள்ளுவன் சொன்ன அறநெறி பாதையடா

அதுவே எங்கள் தமிழ்ச்சமூக பார்வையடா

தனிமை சிறைச்சாலை

உயிர் தந்த தாய்மை
தடமறியாமல் தளர்ந்ததெப்போ?

தோள் கொடுத்த தோழமை
தொலைந்துதான் போனதெப்போ?
நெஞ்சை களவாண்ட காதலி
கண்ணெதிரே பிரிந்ததெப்போ?

சூரியம் போல் வாழ்வதால் என்றும்
ஒன்றென வாடும் ஒவ்வாமை மனது
ஈராக கெடும் என் ஊன் உள்ளம்
மூவோடு முடியும் என் முழுநாள் வாழ்வு
நான்கு சுவற்றிற்க்குள் யுகங்கள் முடிவதென்ன
ஐம்புலன்களும்   அடையாளம்   தெரியாமல்
செயலிழந்ததென்ன
ஆறறிவும் அறுசுவை கண்ட நாவும் கணவாற்றில்
மூழ்கி மறைவதென்ன
ஏழு சனி போததென அரைகூட வைத்தானோ எனக்கு
எட்டாச்சரம் போற்றினால் மட்டும் விடுதலை என்ன
எட்டும் இலக்காகுமா?
நவ ராத்திரிகள் ஒன்றாக கழிந்தேனும் விடியல் தான்
பிறக்குமா?

தனிமை சிறைச்சாலை
தவழக்கூட முடியாத நரகசாலை

யார் அங்கே?
என் நலம் நாடும் நண்பனா!
இல்லை,
நுன்னறிவு தந்த நூல்கள்

யார் அங்கே?
நான் நாதியற்று கிடக்கும் போது
என் நட்பையும் அன்பையும் மறந்த காதலியா?

இல்லை,

நான் நாதியற்று போனாலும்
உள்ளத்திற்கு ஊன்றுகோல் கொடுத்த எழுதுகோல்

யார் அங்கே?
அவள் மார்பை எச்சில் செய்தாலும்
எங்ஙனம் பாராமல் பாலூட்டிய தாய்மையா?

இல்லை,

எச்சிலையும் எண்ணற்ற கனவுகளை
அடக்கிய என் கண்ணீரையும் துடைத்த தலையணை

யார் அங்கே?
உலகை ஆளும் ஆங்கிலமா?

இல்லை,

நாட்டை ஆளும் ஹிந்தியமா?

இல்லவே இல்லை,

என் அகத்தை ஆளும்
அன்புதமிழ் ஆசைதமிழ் இன்பதமிழ்

தனிமை சிறைச்சாலை
தங்கத்தமிழ் தவழும் தங்கசாலை.

நரிகளின் கண்டுபிடிப்பு

இயற்கை எழில் கொஞ்சும்
ஒரு நில பரப்பில்
ஒரு காடு இருந்தது

அந்த காட்டை ஒட்டியபடியே
நாகரீகமான ஒரு நாடிருந்தது
காட்டை ஆட்சி செய்தது
வீர குணமிக்க சிங்கங்கள்
நாட்டை ஆட்சி செய்தது
முற்போக்கு சிந்தனையுள்ள
பகுத்தறிவுவாதிகள்

இந்த இரண்டு ஆளுமைகளால்
காடும் நாடும்
மிக செழிப்பாகவே
வளர்ந்து வந்தது

காடு செழித்திருந்தமையால்
காட்டுக்குள்ளிருந்த
ஒரு நரி கொழுத்திருந்தது

காட்டுக்கு ராஜாவான
சிங்கத்தைவிட நாம்
உயர்ந்திருக்க வேண்டுமென்று
அந்த கொழுத்த நரிக்கு
பேராசை எழுந்தது

பேராசை அடையும்
முயற்சியில் ஈடுபட்ட
கொழுத்த நரி
யாருக்கும் புரியாத
மொழியில் மந்திரங்கள்
என்ற பெயரில் பல
தந்திரங்களை செய்து அரிய
கண்டுபிடிப்பை நிகழ்த்தியது

கண்டுபிடிப்பை சோதனை
செய்ய சோதனை எலியாக
பயண்பட்டது ஒரு யானை

அந்த கொழுத்த நரி
தன் கண்டுபிடிப்பை
யானையின் முன் நீட்டியது

தும்பிக்கையின் நுனியில்
ஊசலாடிக்கொண்டிருந்த
ஒரு நம்பிக்கையில்
அதை வாங்கிக் கொண்டு
கேள்வி கேட்டது யானை

"இது என்ன?"

நரி சொன்னது
"இதற்கு பெயர் மதம்"

யானைக்கு 'மதம்' பிடித்துவிட்டது

மதத்தை மூளையில்
ஏற்றிக்கொண்டு
நரியை தலையில்
சுமந்து கொண்டு
சிறுத்தையை காண
புறப்பட்டது யானை

சிறுத்தையின் முன்
நீட்டப்பட்டது கண்டுபிடிப்பு

வாங்கும் முன்
கேள்வி கேட்டது
சிறுத்தை

"இதென்ன?"

யானை சொன்னது

"இதன் பெயர் மதம்
இதொரு அரிய கண்டுபிடிப்பு"

"யார் இதை கண்டுபிடித்தது?"

யானையின் வாயை
அடைத்துவிட்டு நரி
பதில் சொன்னது

"கடவுள்"

இப்போது சிறுத்தைக்கும்
மதம் பிடித்துவிட்டது

சிங்த்தின் முன் நின்றது
சிறுத்தை யானை
அதன் மறைவில் நரி

முன் வைக்கப்பட்டது கண்டுபிடிப்பு

கேள்விகளால் துளைத்தது சிங்கம்

"இதென்ன?"

"மதம்"

"யார் இதை கண்டுபிடித்தது?"

"கடவுள்"

"யார் கடவுள்?"

நரி முந்திக்கொண்டு சொன்னது

"நம்மையெல்லாம் படைத்தவர்"

"சரி! இதில் என்ன உள்ளது?"

"வர்ணாசிரமம்"

"அப்படியென்றால்?"

"அப்படியென்றால் நீங்கள்தான் சத்ரியர்
நீங்கள் மட்டுமே வீரர்
நீங்கள் மட்டுமே
இந்த மண்ணை ஆட்சி செய்ய வேண்டும்"

அதிகார ஆசையில்
மீசையை முறுக்கி
நரியை தூக்கி தலையில்
வைத்து கொண்டது சிங்கம்

சிங்கத்தின் மீசையை
பிடித்து இழுத்து
வாயை அடைத்துவிட்டு
நரி கட்டளையிட்டது

யானையே! இனி நீ
வைசிரியன் ஆவாய்
'மதம்' பிடித்த யானை
மண்டியிட்டது நரிக்கு

சிறுத்தையே! இனி நீ
சூத்திரனாவாய்

எங்கள் மூவருக்கும்
அடிமை செய்ய வேண்டும்

அடிமை தனத்தை
ஏற்க மறுத்த சிறுத்தை
சீறிப்பாய்ந்தது நரியை குதற

தடுத்து நிறுத்தியது
சத்ரிய சிங்கம்

மூண்டது போர்
மாண்டது மக்கள்
ஆண்டது நரி.

இது நட்பூக்காக

அன்றைய தினம்
ஒரு இலையுதிர் காலம்

இருவரும் மரத்தின்
அடியில் அமர்ந்திருந்தோம்
நம்மைச் சுற்றி ஒரு
நிசப்தமான அமைதி நிலவியது

உதிர்ந்த இலைகளின் மேல்
தாவி குதித்தோடிய
அணில்களின் கால்பட்டு
நொறுங்கிய இலைகளின்
சத்தம் அந்த அமைதியை
குலைத்தது

"நண்பனே! நம் இருவரின்
நட்பை பற்றி நீ
என்ன நினைக்கிறாய்?"

"நினைப்பதற்கு ஒன்றுமில்லை
நீ என் அருகில் இருக்கும் இந்த
நொடிகளை தவிர"

"ஏன் இந்த பதில்?
நம் நட்பில் ஆழம்
இல்லையென நினைக்கிறாயா?"

"இருக்கின்ற ஆழம்
போதுமென நினைக்கிறேன்.

கைகள் முறிந்து
காயங்கள் கண்டபோது
நீதான் உணவூட்டினாய்
நீ ஊட்டிய உணவில்
தாயின் அன்பையும்
சேர்த்து மென்றேன்

தோல்விகள் சூழ்ந்து
சோகங்கள் என்னை
வெட்டிய போது
உன் மடிதான் எனக்கு
தலையணை ஆயின

அதில் என் காதலி கூட
கொடுக்க மறுத்த காதலை
நான் பெற்றேன்

பசிக்கும் போது கிட்டிய
பாவக்கா வத்தலையும்
பாகுபாடு இல்லாம
பங்கு பிரிச்ச

அதில் என் சகோதரனும்
காட்ட மறுத்த சமத்துவத்தை
நீ காட்டினாய்

என் அருமை நண்பனே!

உன் நட்பின் ஆழம்
மற்ற உறவுகளை
புதைத்து விடுமோ!
என்ற அச்சம் எழுந்துவிட்டது

ஆதலால் இது போதும்!"

"சரி! நான் ஒரு கேள்வி
கேட்கிறேன்

உன் உயிர் பிரிந்த பிறகு
நான் என்ன செய்ய
வேண்டும்?"

"நாம் நிகழ்காலத்தை மறந்து
இறந்த காலத்தையும்
எதிர் காலத்தையும்
நினைத்து சல்லாபித்ததெல்லாம்
இந்த மரத்தடி தான்

காலங்கள் மூன்றையும் மறந்து
நட்பால் முக்தி பெற்றதும்
இந்த மரத்தடி தான்

உன் உயிர் பிரிந்த
என் உடலை
இந்த மரத்தடியில்
புதைத்துவிடு

'தீ'யினும் தூய்மையான
நம் நட்புக்கு இரண்டு
செங்காந்தள் மலர்களை
தூவி இரண்டு சொட்டு

கண்ணீரால் என் உடலை
நினைத்துவிடு

இது நட்பூக்காக!"

இப்போது ஒரு மயான
அமைதி அங்கு நிலவியது

அவனது உச்சிக்குமேல்
மர உச்சியில் நின்றுகொண்டு
ஒரு அணில் கீரீச்சிட்டது

எங்கிருந்தோ வந்த
கூதக்காத்து அவன்
குரவலையை நெரித்தது

இரண்டு செங்காந்தள்
மலர்களை அந்த
மரத்தடியில் வைத்தான்

தேம்பித் தேம்பி அழுதான்
இரண்டு சொட்டு கண்ணீரை
மட்டுமே அந்த மண்ணில்
விதைத்தான்

அவனோடு நடந்த
சல்லாபத்தை நினைத்துக்
கொண்டே உயிரை
மரத்தடியில் வைத்துவிட்டு
உடல் ஒன்று மட்டும்
நகர்ந்து சென்றது

இவன் விதைத்த கண்ணீரிலிருந்து
முளைக்க மண்ணுக்கடியில்
ஓர் சடலம் துடித்துக்கொண்டிருந்தது

இதுவும் நட்பூக்காக...!

கடலுக்கடியில் ராக்கெட்

இராப்பிச்சைக்காரன்
போனபின்பும் சத்தம்
பசியில் தெருநாய்கள்

விஞ்சானிகளின்
விழிகளில் கண்ணீர்
கடலுக்கடியில் ராக்கெட்

சாராயக்கடையில்
மின்னும் தங்கம்
பொண்டாட்டியின் தாலி

தலையணைக்கு
அடியில் ஆணுறைகள்
விவரமான விலைமாது

இல்லத்தரசிகள் கவலை
சாக்கடை நீர் வெளியேறவில்லை
ஃபுல் போதையில்
இல்லத்தரசன் ராக்கடையில்.

கழுவாத கார்ப்ரேசன்
கக்கூசை கழுவி ஊத்தியது
கனமழை

மீட்டருக்கு மேல்
பத்து ரூபாய்
தாசில்தாரின் கையூட்டு

நீந்த தெரியாத
மீனுக்கு நீச்சல் குளம்
தகுதியற்ற அரசியல்வாதி

கொளவிகளின் குடும்பம்

சாணிக்கூட மொழுகாத
குடுசவீட்டு மண்தரையில்
குழிதோண்டி கூடு கட்டிய
நாற்பது கொளவிகளோடு
சேர்த்து அவர்கள் மொத்தம்
நாற்பத்தியெட்டு பேர்

காசநோய் கொஞ்சம் திங்க
வறும கொஞ்சம் திங்க
வத்திப்போன ஒடம்பிலிருந்து
லொக்கு லொக்குன்னு இருமி
தொண்டக்குழி அடைக்க
வெளிவருது சளிக்கட்டு
அந்த உடம்புல மிச்சமிருந்த
சதையவிட பெருசா

கெழடுக்கு வாசப்படியேற்ற
வரைக்கும் பொறுமையில்ல
உடம்புல தெம்புமில்ல

துப்புச்சு சன்னல் வழியா
பாதி எச்சி வெளிய
மீதி எச்சி சன்னல்
கம்பில மாட்டி ஊசலாடுது

முதல்ல அந்து போகப்போவது
யாரோட ஊசல்?
கெழவனோட உசுரா?
கெட்டிபட்ட எச்சிலா?
புதிர் வைக்குது காலம்

கெழவி கெழவனுக்கு ஒருபடி மேல
மூட்டுவலி, முதுகுவலி, முழங்கால்வலின்னு
வலியில்லாத பாகம்
உடம்புல இருக்கான்னு
கெழவிக்கும் தெரியாது
இவள படச்சவனுக்கும் தெரியாது

பாவம் கெழவி விவரம்
புரியாத வெள்ளந்திக்காரி

சக்கரைக்கும் உப்புக்கும்
வித்தியாசம் தெரியாம
கல்யாணமான புதுசுலையே

நாத்தனாகாரிகிட்ட நொக்கு பெத்தவ

வெள்ளந்திகாரியானாலும்

வெள்ள மனசுக்காரி கெழவி

பேரன்மாரு நாலும்

குடிச்சது போக

மிச்சமிருந்த பால்ல

எச்சா கொஞ்சம்

பூனைக்கு வைப்பா

சொட்டு வைக்காம நக்கிட்டு

கெழவி தலைகோதிவிட

சொகய் கண்டு

அதோட மொழில

'மியாவ்'ன்னு நன்றி

சொல்லிட்டு போயிடும்

கெழவிக்கு விசுவாசியா

இருக்குறவ ஊருலயே

ஒரே ஒருத்தி கருப்பிதான்

கருப்பி கூட கெழவி

போட்ட ஒப்பந்தம்

ரெண்டு நள்ளி எலும்பு

இந்த குடிசைக்குள்ள
கெளச்சி வாசம் வீசுதுன்னா
அன்னைக்கு தீவாளின்னு அர்த்தம்
தீவாளியன்னைக்கு
ஒப்பந்தத்த முடிக்காம
ஒரு அடிக்கூட நகரமாட்டா கருப்பி

ஆனால் மருமகளுக்கு தெரியாம
கறிச்சட்டுயில இருந்து
ரெண்டு எலும்ப திருடி
ஒப்பந்தத்த வெற்றிகரமா
முடிப்பா கெழவி

எலும்ப வாய்ல கவ்விக்கினு
நன்றிய வால்ல சொல்லிட்டு
ஓடிடுவா கருப்பி

கெழவனோட கட்டுலுக்கு
கீழ குழி தோண்டி கூடு
கட்டும் கொளவீக

இன்னைக்கு விழுவனா
நாளைக்கு விழுவனான்னு

தெரியாம இருந்த தூலத்துல
படையெடுத்து 'படைவீடு'
கட்டுதுக கரையான்கள்

குடுசைல பின்னுன கூர
பிஞ்சாலும் பிய்யும்
நான் பின்னுன வல
பிய்யாதுன்னு நமட்டு சிரிப்போட
சுத்துதுக நஞ்சு கொண்ட
நாளு சிலந்திக

மனுசப்பயன தவிர
அத்தன சீவராசிகளும்
சந்தோசமா வாழுது
அந்த குடுசைக்குள்ள

வறுமைல வாழ்றவந்தான்
அத்தன சீவராசிகளையும்
அனைச்சு வாழுறான்

பணத்துல சொகங்கண்டு போனவன்
அத்தனையும் கொண்டுபுட்டு
தான் மட்டும் வாழனும்னு கெடக்குறான்

இப்ப அந்த குடுசைக்கும்
வந்திருக்கு ஒரு எமகண்டம்

பஞ்சாயித்து பண்ண
போயிருந்த நாட்டாமைகளெல்லாம்
வானத்துல ஒண்ணு கூடிட்டாங்க

வானம் இருண்டு போச்சு
பூமி குளுந்து போச்சு

வீசுதய்யா குளிர்காத்து
கூரைய்ய பிக்க

திரும்பவும் காலம்
புதிர் போடுது

முதல்ல பிச்சிட்டு வரப்போவது
மனுசப்பய பின்னுன கூரையா?
சிலந்தி பின்னுன வலையா?

ரெண்டுமே தோத்துப்போக
காலம் செயிச்சுபுடுச்சு

பாதி கூரையோட சேத்து
சிலந்தி வலையும் பறக்குது காத்துல

மிச்சமிருந்த கூரைல
ஒதுங்கி ஒடுங்கி போச்சு
அத்தன சீவராசிகளும்

இப்ப அதுக்கும்
வந்திருக்கு ஒரு இராவுகாலம்
பெஞ்ச மழைல
இத்துப்போன செவுரு
செத்துபோச்சு

கரையான்கள் திண்ணது போக
மிச்சமிருந்த தூலம்
தொம்முன்னு விழுந்தது
கெழவன் படுத்திருந்த
கயித்து கட்டில்ல

நெஞ்செலும்பு நொறுங்கி
செத்துப்போன கெழவன்
நெஞ்சுவலி யெந்து
செத்துப்போனா கெழவி

அத்தன சீவராசிகளும்
குட்டி செவுரதாண்டி வெளியேற
நாயும் பூனையும்
கெழவிய பொதச்ச எடத்துல
குடியேறிடுச்சுங்க
அதுங்களோட விசுவாசத்த காட்ட

நாப்பது கொளவில
ஒன்னு மட்டும் கெழவன்
சமாதிய சுத்தி சுத்தி
வந்து ஒப்பாரி வச்சுது

கொளவிக்கு மண்ணு
கொடுத்த மகராசா
நீ போய்ட்டியே!

மலர்களுக்கின்று மணநாள்

இருவேறு தோட்டத்தில்
பூத்த மலர்களுக்கின்று
மணநாள்

நட்சத்திரங்களெல்லாம்
நாணம் கொள்ளும் நன்னாள்

சின்னப் பறவைகள்
சிறகடிக்கும் இந்நாள்
செம்பூக்கள் பூத்து
செழிக்கும் செந்நாள்

இஸ்ரோ விஞ்ஞானிகள்
இதை கவனிக்க
மறந்துவிட்டனர் போலும்

வியாழன் கிரகத்து
ஆண் நிலவும்
பூமி கிரகத்து
பெண் நிலவும்

காதல் கரம் கோர்த்து
நடந்த நிகழ்வுகளை

கவனிக்கவில்லை!

கவனித்திருந்தால் இந்த காதல்
விண்வெளியில் ஒரு அதிய
நிகழ்வாக பதிவாகியிருக்கும்

மணமக்கள் கழுத்தில்
பூமாலை அணிவித்த
முட்டாள் எவனவன்?

தென்றலை கயிறாக
திரித்து அந்த மேகங்களை
அதில் கட்டி இழுத்து
வாருங்கள்

பூவினும் மென்மையான
அந்த மேகங்களை
இந்த பூக்களுக்கு
மாலையாக அணிவிப்பதே
உகந்தது

மேகமாலை சூடும் மணவாளா!

காத்திருந்து தவம்
செய்தாலும் கடவுள்
கண்ணெதிரே வருவதில்லை

காத்திருந்த காதல்
பல தடைகளையுடைத்து
தலைநிமிர்ந்துவிட்டது

இதுதான்,
இதுதான் வாழ்வின் தேவை

கடவுள் நம்பிக்கையை காட்டிலும்
தன்னம்பிக்கை பலமானது

அன்டார்டிகா பனியில்
வாழும் பனிமனிதனாயினும்
ஆப்பிரிக்க மண்ணில்
வாழும் கருப்பு மனிதனாயினும்

மனிதன்,
மனிதன்தான்

உடல்கள் வேறாயினும்
உயிர்கள் ஒன்றுதானே!

இருவேறு தோட்டத்து
பூவாயினும் வாசனை
ஒன்றுதானே!

மாற்றான் வீட்டு தோட்டத்து
மல்லிகைக்கு மட்டுமென்ன
சாக்கடையின் வாசனையா வீசும்?

தோட்டக்காரன் பேதம் பார்த்தாலும்
சூழ்ச்சிக்காரன் வேதம் செய்தாலும்

மல்லிகைக்கு மணம் ஒன்றுதன்
மனுசனுக்கு சாதி இரண்டுதான்

தான் சேர்த்ததை பிறருக்கு
கொடுத்து மகிழ்வோன் உயர்ந்தோன்
தான் சேர்த்ததை தானே
உண்டு பெருத்தோன் தாழ்ந்தோன்

உன்னிடமிருந்த இதயத்தை
அவளுக்கு கொடுத்த நீ
உயர்ந்தோன்

உயர்ந்தோன் உயர்ந்து வாழ
இந்த நட்பின் வாழ்த்துகள்.

என் பக்கம் வீசிய காற்றே!

அந்த நாள் இரவுகள்
அலை பாய்ந்த நினைவுகள்
அடுக்கடுக்காய் கனவுகள்
அவற்றை வடித்த என் கவிதைகள்

நினைத்தாலே நெஞ்சே!
தென்றல் மையல் கொண்ட சுகம்
தேள் கொட்டிய மயக்கம்
தேனூரும் இணக்கம்

தூங்கா விழிகள்
துயிலெழுந்த என் வரிகள்
தூது வந்த நிலா - என்னுயிர்
துறந்தாலும் அவளே என்கலா

நினைத்தாலே நெஞ்சே!
விழியோரம் தீத்தழும்பும் - என்
கவியோரம் வலி கனக்கும்
காற்றெல்லாம் நஞ்சு சுமக்கும்
காதல் கொண்ட பின்னே!

நெஞ்சே!

கானல் நீரில் மீன் பிடித்தேன்

கைகுட்டையில் தேன் பிழிந்தேன்

கவிதை கொண்டு வான் பிளந்தேன்

கதம்பப் பூவால் அவள் இதழ் பிரித்தேன்

மரம் கொடுத்த உயிர்காற்று

என்னை சேரும் முன்பே

உயிராக நீயே வந்தாயடி

முகில் சிந்திய துளிகள்

மண் சேரும் முன்பே

கவிமழையாக நீயே நின்றாயடி

என் நெஞ்சே!

என் நெஞ்சே!

நீதனா அவள் பின் சென்றாய்

நீல வானச் சிறையில்

நித்தமும் என்னைக் கொன்றாய்

நினைத்தாலே நெஞ்சே!

புழுவடித்த மரமாய் மாறுகிறேன்
சிதைந்த சிற்பமாய் சிரிக்கிறேன்
சித்ரவதை இதில்லையென நடிக்கிறேன்

என் நெஞ்சே!
என் நெஞ்சே!

சித்ரவதை இதில்லையென நடிக்கிறேன்

வலியெல்லாம் நிரந்திரமானால்
இடிதாங்கும் வானெல்லாம் வாழுமா?
நீர்தேங்கும் விழியேங்கும் சோகமா?

முடியாத நினைவுகளை
முடிக்கத் தவிக்கிறேன்

ஓ! மரணமே!

எனக்கொரு
பரிசு கொடு.

இந்நூல் பற்றிய உங்கள் மேலான கருத்துகளை வரவேற்கிறோம்.

தொலைபேசி: +91 9751784570

மின்னஞ்சல்: jagannathanjothi444@gmail.com